కావడి కుండ

(స్క్రీన్ ప్లే)

D1651994

మణి గోపు

Copyright © <2023> <Mani Gopu>

All Rights Reserved.
This book has been self-published with all reasonable efforts taken to make the material error-free by the author. No part of this book shall be used, reproduced in any manner whatsoever without written permission from the author, except in the case of brief quotations embodied in critical articles and reviews.
The Author of this book is solely responsible and liable for its content including but not limited to the views, representations, descriptions, statements, information, opinions and references ["Content"]. The Content of this book shall not constitute or be construed or deemed to reflect the opinion or expression of the Publisher or Editor. Neither the Publisher nor Editor endorse or approve the Content of this book or guarantee the reliability, accuracy or completeness of the Content published herein and do not make any representations or warranties of any kind, express or implied, including but not limited to the implied warranties of merchantability, fitness for a particular purpose. The Publisher and Editor shall not be liable whatsoever for any errors, omissions, whether such errors or omissions result from negligence, accident, or any other cause or claims for loss or damages of any kind, including without limitation, indirect or consequential loss or damage arising out of use, inability to use, or about the reliability, accuracy or sufficiency of the information contained in this book.

కృతజ్ఞతలు

నన్నెప్పుడూ ప్రోత్సహించే మా బాబాయి గోపు భూపాల్ రెడ్డి (Additional District Judge) కి,

నా ఫ్రెండ్ వివేకా సహస్రానికి,

ఇప్పటికే కావడి కుండ చదివి నన్ను సపోర్ట్ చేసిన నా ఫ్రెండ్స్ అందరికీ..

ముందుమాట

ఒక యదార్ధ సంఘటన ఆధారంగా రాసిన స్క్రీన్ ప్లే ఇది. మనిషిలోని చీకటి కోణాన్ని స్పృశించడం జరిగింది. తప్పిపోయిన జంతువుని వెతుక్కుంటూ వెళ్లిన మనిషితో మొదలయి, తప్పిపోయిన మనిషిని వెతుక్కుంటూ వెళ్ళే జంతువుతముగుస్తుంది. ఇలా అని ఇది జంతు ప్రేమ గురించి కూడ కాదు.

ఈ స్క్రీన్ ప్లే ని అందరూ జీర్ణించుకోలేక పోవచ్చు. ఇది ఎవరినీ నొప్పించడానికి రాయలేదు, యదార్ధ సంఘటన ఆధారంగా రాసిన కల్పిత కథ మాత్రమే.

మణి గోపు

1. EXT. VILLAGE, FIELDS DAY

లక్ష్మి కావడి కుండ తన కుడి చేత్తో పట్టుకుని పిచ్చి మొక్కల గుండా వేగంగా నడుస్తుంటుంది. (Legs through plants, We don’t see her face. Focus is on pot) అలా నడుస్తూ ఒక చోట ఆగుతుంది. Breathing. ఆ కుండని దూరంగా చెట్లలోకి విసిరేస్తుంది. కుండ పగిలిన శబ్దం. (We see Lakshmi signing off from back).

<Fade out>

2. INT/EXT. MAIN ROAD, LORRY NIGHT

రాత్రిపూట చీకట్లో ఒక లారీ సింగిల్ రోడ్ మీద వస్తోంది. అందులో ఆ లారీ డ్రైవర్ తోపాటు క్లీనర్ కూడా ఉంటాడు. డ్రైవర్ కొద్దిగా ఏమరపాటు గా ఉంటాడు. వాళ్లు రెండు రోడ్లు ఉన్న మలుపు దగ్గర ఎడమవైపు వెళ్తారు. ఇంతలో రోడ్డుకి అడ్డంగా ఒక చెట్టు పడి ఉండడంతో,

క్లీనర్

అన్నా!చూసుకో.. చెట్టు!!!

అని అరుస్తాడు.

డ్రైవర్ లారీని వెంటనే ఆపి,

డ్రైవర్

దీనితల్లి!! బ్రేకెయ్యడం కొంచెం ఆలస్యమయ్యుంటే ఏమయ్యేది రా? అయినా నువ్ ఏంట్రా అలా అరిచావ్?! నేనేమైనా గుడ్డోణ్ణనుకున్నావా?

క్లీనర్ రియాక్షన్

డ్రైవర్ (Contd.)

అయినా రోడ్డుకి అడ్డంగా ఈ చెట్టుని ఎవడేసి ఉంటాడు?

క్లీనర్

నేను దిగి చూసొస్తా ఉండన్నా.

డ్రైవర్

వద్దు! దిగొద్దు. ఇక్కడ..

అని భయపడతాడు.

క్లీనర్

భయమేం లేదన్నా.. ఇదేదో పాత రోడ్డులాగుంది. చూస్తే తెలియటంలా..

Pause.

క్లీనర్ (Contd.)

మనం దారి తప్పి ఇటు వచ్చాం.. అసలు రోడ్డు అటు కుడివైపు ఉంది. అప్పుడే నిన్ను అడుగుదామనుకున్నా, కానీ నీకు రూట్లన్నీ తెలుసు కదా, ఇదే మనమెళ్ళాల్సిన రూటేమోనని ఆగిపోయా! రివర్స్ తీసుకో.

లారీ లైటు వెలుతురులో రోడ్డుకి అడ్డంగా పడి ఉన్న చెట్టు కనిపిస్తుంది. లారీ వెనక్కెళ్తూ దాని లైటు దూరమయ్యే కొద్దీ కెమెరా చెట్టు వైపు వెళ్తుంది.

DISSOLVE TO

వారం రోజుల క్రితం

DISSOLVE TO

3.EXT SMALL TOWN DAY

వారానికొకసారి పెట్టే సంత జరుగుతుంటుంది. కూరగాయలు, పండ్లు, ధాన్యం ఇలా రకరకాల వస్తువులు అమ్ముతుంటారు.

అంజి సరుకులు తీసుకుంటుంటాడు. తన చేతిలో గోనె సంచుల తో పాటు ఒక డబ్బా ఉంటుంది.

అమ్మే వ్యక్తి

కందిపప్పు ఎంత కావాలి?

అంజి

మూడు కేజీలు. అహ.. ఒక్క నిమిషం!

అంటూ తన డబ్బా తెరవగా, అందులో అరల్లో శాంపిల్స్ ఉంటాయి.

అందులో కందిపప్పు ఉన్న అరలో రాళ్లను లెక్కపెట్టి,

అంజి

ఆ మూడు కేజీలు ఇవ్వండి!

సరుకులు కడుతుండగా, పక్కన ఒకతను బజ్జీలు వేస్తుంటాడు. అంజి అప్పుడప్పుడు వాటి వంక ఆశగా చూస్తాడు.

4. EXT SMALL TOWN HILLOCK EVENING

అంజి సంత నుండి బయలుదేరి తిప్ప లను దాటి తన గాడిదల మీద సరుకులను తీసుకెళ్తుండగా సూర్యాస్తమయం అవుతుంది. (Montages)

5.INT/EXT. LAXMI'S HOUSE NIGHT

గుడిసె ముందున్న కట్టెల పొయ్యి పొగ వదులుతోంది.

**ఆ పొయ్యి దగ్గర ముడతలు పడిన పాత చీరని చీలమండ పైకి కట్టుకున్న పాతికేళ్ళ లక్ష్మి ఊదుడు గొట్టంతో ఊదుతూ ఉంటుంది.

చెంపల మీద పడుతున్న వెంట్రుకలని సరి చేసుకుంటుంది.

పొయ్యి మీదున్న నీళ్ల ముంతకి మంట తగ్గకుండా ఊదుడు గొట్టంతో ఊదుతూ, కట్టెలు ఎగదోస్తుంది.

ఇంకో పొయ్యి మీద వండిన అన్నాన్ని, పళ్ళెంలో పెట్టుకుంది.

పళ్ళెంతో ఇంటి లోపలికి వెళ్ళి, అటక మీద గిన్నెలో ఉంచిన మధ్యాహ్నం కూరతో పాటు, ఉట్టిలోనుండి వెన్నపూస కూడా తీసి పళ్ళెంలో వేసుకుంది.

బయటికి వచ్చి ఇంటి ముందు వేసిన మంచం మీదున్న బుజ్జిగాడి దగ్గరకొచ్చి కూర్చుంది. ** (Single shot)

అప్పటిదాకా పడుకుని ఆకాశంలో చుక్కల వైపు చూస్తున్న బుజ్జి, వాళ్ళ అమ్మ రాగానే తన వైపు

చూస్తాడు. వండిన అన్నం వేడి మీదుండడం వల్ల, నోటితో ఊదుతూ చేత్తో అదుముతూ చల్లార్చడానికి ప్రయత్నిస్తోంది. అది చూసిన బుజ్జిగాడు ముసిముసిగా నవ్వుతాడు.

లక్ష్మి మెల్లగా ఎలాగోలా కలిపేసి, గోరుముద్దలు చేసి తినిపించడానికి ప్రయత్నిస్తుంది.

బుజ్జి నోరు తెరవడు.

ఒక్క ముద్ద తినడానికి నాలుగు ప్రశ్నలేస్తాడు.

ఎలాగోలా కలిపిన ఆ నాలుగు ముద్దలు తినిపిస్తుంది.

పెరుగన్నం తీసుకురావడానికి వెళ్తున్న వాళ్ళమ్మతో వద్దు.. వద్దు.. అని గట్టిగా అరుస్తూ దుప్పటి కప్పుకుని నిద్ర నటిస్తాడు.

పెరుగన్నం తెచ్చిన లక్ష్మి, ఈ రెండు ముద్దలు తిని పడుకో నాన్న, మా బుజ్జి కదూ అని బతిమాలుతుంది. బుజ్జి తల అడ్డంగా ఊపుతాడు.

ఇంతలో నీళ్ళ తొట్టి దగ్గర ఏదో అలికిడి వినిపిస్తే, వెనక్కి తిరిగి చూస్తుంది. కాళ్ళు, చేతులు కడుక్కుంటున్న భర్త రామయ్య కనిపిస్తాడు. రామయ్య చొక్కా ఏం వేసుకోకుండా, గోచి, భుజం మీద తుండుతో మాత్రమే ఉంటాడు. రామయ్య కాళ్ళు కడుక్కునేటప్పుడు

కాలికి కొంచెం గీసుకుపోయినట్టుగా చిన్న దెబ్బ కనిపిస్తుంది.

లక్ష్మి

"కన్పించలేదా అది?"

రామయ్య

లేదు, కన్పించలేదు.

అని తొట్టి దగ్గర నుండి మంచం దగ్గరకు వచ్చి తన తుండుతో తుడుచుకుంటుండగా,

లక్ష్మి

వాళ్ళేమో డబ్బులు ఇచ్చి పోయారు. (నిరాశగా) ఇప్పుడు వాళ్ళు మేక ఏదంటే ఏం చెప్పాలో?!

అని పొయ్యి దగ్గరకు వెళ్లి, రామయ్యకి వేడి నీళ్ళు తోడి, వచ్చి మంచం మీద కూర్చుంది.

నిద్రపోకుండా ఆలోచిస్తున్న బుజ్జిగాడిని చూడగానే అర్ధమయింది, మళ్లీ ఇంకో ప్రశ్నతో సిద్ధమయ్యాడని.

బుజ్జి

'మే' ని వాళ్ళు తీసుకుపోతారా అమ్మా?

లక్ష్మి

అవును.

బుజ్జి

ఎందుకు?

లక్ష్మి

వాళ్ళు దాన్ని మన కన్నా బాగా చూసుకుంటారు.

<Silence>

ఒక్క క్షణం ఆగి, బుజ్జి ఏడవడం మొదలుపెడతాడు.

లక్ష్మి

ఎందుకు నాన్న ఏడుస్తున్నావు?

బుజ్జి

ఇన్ని రోజులు దానికి మేత పెట్టి, బాగా చూసుకుని, ఇప్పుడు వేరే వాళ్ళకి ఇచ్చేస్తారా? నాకు కూడా రోజు ముద్దలు తినిపిస్తున్నారు కదా! అంటే మీ కన్నా బాగా చూసుకునే వాళ్ళు వస్తే నన్ను కూడా పంపించేస్తారా?

అనగానే లక్ష్మి బుజ్జిని దగ్గరకు తీసుకుంటుంది. ఇంతలో స్నానం చేసొచ్చిన రామయ్య, ఇంట్లో కింద కూర్చుని,

రామయ్య

"లక్ష్మి! వచ్చి అన్నం పెట్టు"

అని అడుగుతాడు. లక్ష్మి మౌనంగా వడ్డిస్తూ, ఆలోచనల ప్రవాహంలో ఉంటుంది. అది గమనించిన రామయ్య,

రామయ్య

"అది ఎక్కడికి పోతది! ఈ చుట్టుపక్కల్లోనే ఎక్కడో దగ్గర ఉండుంటుంది. రేపు పొద్దున్నే పోయి వెతికితే సాయంత్రానికల్లా కనిపిస్తుంది. నువ్వేమి దిగులుపడకు"

అని సముదాయిస్తాడు.

అలా రామయ్య భోజనమయ్యాక, లక్ష్మి కూడా తింటుంది. తర్వాత అంట్లు అన్నీ కడిగేస్తుంది. ఏ పని చేస్తున్నా దాని గురించి ఆలోచిస్తూనే ఉంటుంది.

దీపమాపేసి మంచం మీద పడుకున్న లక్ష్మికి బుజ్జిగాడన్న మాటలు గుర్తొస్తాయి.

Montages:

- లక్ష్మి చిన్నగా ఉన్నప్పుడు మేకకి మేత పెడుతుంటుంది.
- బుజ్జి మేక తో ఆడుతుంటాడు.
- బుజ్జి చిన్నగా ఉన్నప్పుడు

పక్కింటి పిన్ని

పాలు పడటం లేదని బాధపడితే ఎలా, ఆ మేక పాలయినా పట్టు, లేదంటే వాడి ఆకలి ఎలా తీరుతుంది?

- లక్ష్మి మేకపాలు తీస్తుంది
- లక్ష్మి చిన్నప్పటి బుజ్జికి పాలు తాపుతుంది.

కావడి కుండ

Present:

లక్ష్మి నిద్రపోతున్న బుజ్జి వంక చూసి,

ఆ తర్వాత రామయ్య వైపు చూడగా,

Montage:

రామయ్య

మేకనమ్మకపోతే ఈ ఏడాది పంట వెయ్యడానికి కూడా పెట్టుబడి లేదు. మంచి బేరం కూడా కుదిరింది.

Present:

లక్ష్మి ఆకాశం వైపు చూస్తూ ఆలోచిస్తుంటుంది.

6. EXT. VILLAGE, FOREST, RIVER MONTAGE SHOTS, AERIAL SHOTS NIGHT

ఆ ఊరికి మూడు వైపులా కొండలు, ముందు వైపు స్వర్ణముఖి నది నుండి చీలిన ఒక కాలువ ప్రవహిస్తుంటుంది.

చుట్టూ దట్టమైన అడవి, విస్తారంగా నీరు ప్రవహిస్తుంటుంది.

ఆ రాత్రి ఊరంతా నిద్ర పోతుంది.

తెల్లవారుజామున....

అక్కడున్న చెట్లన్నీ మంచు కురవడం వల్ల తడిసిపోయుంటాయి.

ఇళ్ళ బయట మంచాలు వేసుకుని పడుకున్న వాళ్ళు, ఆ చలికి ముడుచుకుపోతున్నారు.

7. EXT/INT RAMANA'S HOME NIGHT

రమణ తన పక్కన పడుకున్న భార్యతో, మంచు పడుతోంది లోపలికెళ్ళి పడుకుందాం పదమంటూ నిద్రలేపాడు. వాళ్ళకిది అలవాటే. ఆరుబయటే పడుకుని, తెల్లవారుజామున మంచు ఎక్కువయినప్పుడు లోపలికెళ్తారు.

బొంతలు, దుప్పట్లు తీసుకెళ్ళమని తన భార్యకిచ్చి, మంచాన్ని తన చంకనెత్తుకుని లోపలికెళ్ళబోతుండగా, వెనక నుండి

అంజి

మామా..

రమణ మంచం కిందకు దించి వెనక్కి తిరిగి,

రమణ

ఈ వేళ ఏంట్రా?

అనడుగుతాడు చిరాగ్గా..

అంజి

ఆ రోడ్డు దగ్గర ఊరబావి కాడికి తోడు రా మామా! కడుపులో గడబడ...

రమణ

ఇన్నేళ్లొచ్చాయి. చీకట్లో పొలిమేర దాటడానికి నీకింకా తోడు కావాల్రా?! ఇదిగాని మీ అత్త కొడుకు రాజుగాడికి తెలిస్తే ఊళ్ళో వాళ్ళందరికీ టముకేస్తాడు నీ ధైర్యసాహసాల గురించి.

(Pause, అంజి జాలి మొహాన్ని చూస్తాడు రమణ)

ఇంటి పక్కనే ఉండి, మామా అని పిలిపించుకుంటున్న పాపానికి తప్పుతుందా?!

అంటూ మంచం ఇంటి లోపల పెట్టేసి, చేతిలో కర్రతో బయటకొచ్చాడు. తన చిటికిన వేలికయిన గాయానికి ఒక పాత గుడ్డతో కట్టిన కట్టు కనిపిస్తుంది.

ఆ కర్రకి చివరన ఒక ములిక ఉంది, జంతువులు దాడి చేస్తే కాపాడుకోవడానికి వాడతారు ఆ కర్రని.

8. EXT. ROAD FROM VILLAGE TO WASTE LAND WHERE THEY DEFECATE NIGHT

అంజి, రమణ దారిలో నడుస్తున్నారు. అంజి కాళ్ళకి పాత చెప్పులు, రమణ చెప్పులు ఏం లేకుండా నడుస్తుంటారు.

రమణ

ఇక్కడ నుండి పోయి రావడానికి ఒకటిన్నర మైలు నడవాలి. ఈ వేళ నన్నిలా నడిపించడం ఏమన్నా న్యాయమా రా?

అంజి

ఈ ఒక్కసారికి రా మామ!

ఇద్దరూ బయల్దేరి ఊళ్ళో ఇళ్ళన్నీ దాటుకుని నడుస్తున్నారు. పొలిమేరలోకి వచ్చాక, కుడివైపున్న కట్ట మీద కొలువైన అమ్మోరు విగ్రహం కనిపించింది. అదికూడా దాటుకుని ఇంకాస్త దూరం నడిచాక,

అంజి

ఈ పక్క చెట్లల్లో ఏదో కదులుతోంది చూసావా?!ఈ సమాధుల దగ్గర ఏమయ్యుంటదో!

రమణ

ప్రతిదానికి భయపడతావేంట్రా

అని చెట్ల వైపు తీక్షణంగా చూసాడు. చెట్లలో కదులుతున్న కుందేలుని చూసిన రమణ కళ్ళలో మెరుపు.

రమణ(Contd.)

రేయ్ అంజి, కుందేలు రా! ఒక్క నిమిషం ఇక్కడే ఉండు ఇప్పుడే వస్తాను"

అంటూ పక్కనున్న బండ రాయి తీసుకుని ఒక్క ఉదుటున కుడి పక్కనున్న చెట్లల్లోకి దూకబోయాడు.

అంజి

మామా! నాకొక్కడికే భయం

అని అంజి రమణ చేయి గట్టిగా పట్టుకున్నాడు.

ఇంతలో చెట్లలో కదులుతున్న కుందేలు తప్పించుకొని పారిపోయింది.

రమణ బండ రాయిని కింద విసిరి కొట్టి,

రమణ

"ఇంత భయమేంట్రా అంజి నీకు, అది దొరికుంటే మనకు రెండ్రోజులకి సరిపోయే మాంసం దొరికేది, అసలే పేట మాంసం తిని మూడు వారాలయింది"

అని రమణ విసుక్కుంటుండగానే, ఎడమవైపు నడుస్తున్న అంజి టక్కున రమణ కి కుడివైపు వచ్చి నడవడం మొదలుపెట్టాడు.

రమణ

ఆ సమాధులని చూసావా? చనిపోయిన సుబ్బయ్య తాత, వాళ్ళ అయ్య తిట్టాడని ఉరేసుకున్న సరోజ, జ్వరం వచ్చి పోయిన ఆరేళ్ల రాము గాడు, అందరూ నీకు బాగా తెలిసిన వాళ్లే కదా. ఇప్పుడు చనిపోయినంత మాత్రాన వాళ్ళని చూసి భయపడతావా?

అంజి

ఉండు మామా. తిప్ప అవతల ఉన్న ఊళ్ళో వాళ్లందరి చేలల్లో పండిన పంటని ఇంటికి తీసుకు రావాలన్నా, నల్ల కొండ దాటుకుని సంతకి పోయి ఆ పంట అమ్మి సరుకులు తేవాలన్నా, నా గాడిదల మీద మోసుకొని తీసుకు రావాల్సిందే కదా. అయినా మన ఊరి వాళ్ళ నమ్మకాలు నాకర్థం కాదు మామా! వ్యవసాయం చేసే వాళ్ళు ఎవరు ఊరు దాటి బయటికి వెళ్ళినా పంట సరిగా పండదా? ఏంటో..

రమణ

వాళ్ళు అది నమ్ముతున్నారు కాబట్టే, నీకు పని దొరికింది. ఏం మానేయమని చెప్పమంటావా?

అంజి

మరి నేను చేసే ఈ పనికి ఊళ్ళో ఉన్న అందరితో నాకు ఆ మాత్రం పరిచయం ఉండదా ఏంటి?! తెలిసిన వాళ్ళయితే మాత్రం చనిపోయిన వాళ్ళంటే భయం ఉండదా?

రమణ

ఊరికే పరిచయం ఉంటే నీకు వాళ్ళంటే భయం ఎందుకురా? వాళ్ళ ఇంట్లో వాళ్లకి తెచ్చే వాటిలో ఏదో ఒకటి నొక్కేసి ఉంటావు, అందుకే ఇప్పుడు వాళ్లు అంటే భయపడుతున్నావ్!

అంజి

వీళ్ళు పండించే గింజలు సరుకులు తేవడానికి సరిపోవట్లేదు.

మళ్ళీ అది మిగిలించుకొని నొక్కేయడం కూడానా..

నాతో అంటే అన్నావు కానీ ఇంకెవరితో అనొద్దు.

Pause

అంజి (Contd.)

నువ్వు మాత్రం తక్కువ తిన్నావా! ఊళ్ళో వాళ్ళందరికీ వేట మాంసం పేరు చెప్పి అందినకాడికి ....

రమణ వెంటనే అంజి మెడ పట్టుకొని, కోపంగా

రమణ

ఇంకొకసారి దాని గురించి మాట్లాడావంటే..

అని వదిలేస్తాడు. అంజి ఊపిరి తీతీసుకుంటాడు.

అంజి

ఇంకెప్పుడూ దాని గురించి మాట్లాడనన్నా!

మౌనంగా నడుస్తున్న వారిద్దరి మధ్య నిశ్శబ్దాన్ని భంగపరుస్తూ

అంజి

మామా! ఏ ఊళ్ళోకెళ్ళాలన్నా, పొలిమేరలో ఉన్న స్మశానం దాటుకుని వెళ్ళాలి కదా, అసలు చనిపోయినోళ్ళను ఊళ్ళోకి వచ్చే దారి లోనే ఎందుకు పూడుస్తారు? ఊరెనక కొండల దగ్గరో, ఆ పక్కనే ఉండే బీళ్ళల్లోనో పూడ్చొచ్చు కదా?"

రమణ

"నువ్వు దెయ్యాలున్నాయని నమ్ముతావా?"

అంజి

"నమ్ముతా."

రమణ

"మరి మన అమ్మోరుని?"

అంజి

"నమ్ముతా."

రమణ

"మరి అమ్మోరు పొలిమేరలో ఉంటే, సమాధులు కూడా ఇక్కడుంటేనే కదా, దెయ్యాల నుండి ఆ తల్లి మనల్ని కాపాడేది".

సమాధానంతో సంతృప్తిచెందిన అంజి నడక మీద ధ్యాస పెడతాడు.

అలా అంజి, రమణ నడుస్తూ మెయిన్ రోడ్డు కి చేరుకున్నారు.

ఆ తర్వాత రోడ్డు దాటి ఊర బావి దగ్గరికి వెళ్ళారు.

9. EXT. MAIN ROAD NIGHT

రోడ్డు దగ్గరున్న ఊరబావిలోకి దిగి డబ్బాతో నీళ్ళు ముంచుకొని చెరో చెట్టు చూసుకుని కూర్చున్నారు అంజి, రమణ. వచ్చీరాని పద్యమొకటి పాడుతున్న అంజి, ఒక్కసారిగా గుడ్లగూబ అరుపు విని పాడడం ఆపేసాడు.

నీళ్ళతో చేతులు కడుక్కొని, లుంగీలు సర్దుకుంటుండగా, మెయిన్ రోడ్డు మీద దేన్నో చూసిన రమణ ఒక్కసారిగా అటువైపు పరిగెత్తాడు.

అంజి కూడా తననే అనుసరించాడు.

10. EXT.INT MAIN ROAD(LUSH OF TREES), LORRY NIGHT

ఒక ట్యాంకర్ లారీ మెయిన్ రోడ్డు మీద వస్తోంది. ఆ ట్యాంకర్ లో ఏముందో మనకు తెలీదు.

లారీ లోపల లారీ డ్రైవర్ డాష్ బోర్డ్ మీద ఉన్న ఖాళీ అయిన ఫుడ్ పార్సెల్ కవర్ ని ఎడమ చేత్తో అందుకుంటాడు. అందులో ఏమైనా మిగిలి ఉందేమోనని చూసి ఖాళీ అయిన కవర్ ని లారీ కిటికీలో నుండి బయట పడేస్తాడు.

కాళ్ల దగ్గర ఉన్న నీళ్ల బాటిల్ లో కొంచెం నీళ్లను కూడా తాగి, ఖాళీ బాటిల్ ని పక్కన పెడతాడు.

ఆకలి,దాహం తన మొహం లో తెలుస్తుంది.

రోడ్డు పక్కన ఏమైనా దొరుకుతుందేమోనని తన కళ్ళు వెతుకుతూనే ఉంటాయి.

జేబులోంచి బీడీ తీసి వెలిగిస్తాడు.

రోడ్డుకి రెండు వైపులా గమనిస్తూ ఉంటాడు.

చాలా సేపటి వరకు చెట్లు తప్ప ఏమీ ఉండవు.

కొంత దూరం ప్రయాణం చేసాకా, చీకటిగా ఉన్న ఆ రోడ్డు మీదకి మలుపు నుండి వచ్చిన ఆ లారీ ట్యాంకర్ లైట్ వెలుతురు పడుతోంది.

ఆ వెలుతురులో ఫర్లాంగు దూరంలో ఒక గుడిసె లాంటిదేదో చూసిన ఆ లారీ డ్రైవర్ కళ్ళలో మెరుపు.

గుడిసె దగ్గర లారీ ఆపాడు. లారీ లైటు వెలుతురులో భోజనం లభించును అని గోడ మీద ఉన్న అక్షరాలు కనిపిస్తాయి. ఖాళీ అయిన నీళ్ల డబ్బా తీసుకుని గుడిసె దగ్గరకు వెళ్ళాడు.

11. EXT. RANGAIAH HUT NIGHT

ఆ డ్రైవర్ గుడిసె బయట గుమ్మం దగ్గర నిల్చుని పిలిచాడు లోపల ఎవరైనా ఉన్నారా అని.

రంగయ్య (OS)

ఒక్క నిమిషం! వస్తున్నా.

కాసేపటికి అరవై ఏళ్ళకి పైబడ్డ ఒక పెద్దాయన బయటకు వచ్చాడు.

డ్రైవర్

"తినడానికి ఏమైనా దొరుకుతుందా పెద్దయ్య? చాలా దూరం నుండి వస్తున్నాను".

ఆ డ్రైవర్ ని తేరిపారా చూసిన రంగయ్య,

రంగయ్య

"లోపలికి రా బాబు"

అని,

రంగయ్య (Contd.)

చేతులు కడుక్కోమంటూ

గుడిసె వెనక వైపున్న నీళ్ళతొట్టి చూపించాడు.

12.INT. RANGAIAH HUT NIGHT

రంగయ్య గుడిసె వెనక పెరట్లోకి వెళ్తాడు.

గుడిసె లో రేడియో లో ప్రోగ్రామ్ స్టార్ట్ అయ్యే ముందు వచ్చే మ్యూజిక్ వస్తుంది.

డ్రైవర్ గుడిసె లోపల ఉన్న వస్తువులను గమనిస్తాడు.

ఇంతలో రంగయ్య పెరట్లో నుండి తినడానికి ఒక అరిటాకు తీసుకొచ్చాడు.

రంగయ్య

వెళ్లి చేతులు కడుక్కొని రా బాబు.

అంటూ పెరట్లో ఉన్న తొట్టి చూపిస్తాడు.

డ్రైవర్ పెరట్లోకి వెళ్లి కాళ్ళు మొహం కడుక్కొని లోపలికి వస్తాడు.

ఆ డ్రైవర్ కి ఆకు వేసి, అన్నం వడ్డించాడు రంగయ్య.

డ్రైవర్ అన్నం తినసాగాడు.

రేడియో లో పాతపాటలు వినిపిస్తుంటాయి.

డ్రైవర్

తినడానికి ఎక్కడైనా ఆపుదామనుకుంటే, మూడు గంటల నుండి ఒక్క ఊరూ కన్పించలేదు ఈ రూటులో, మీ గుడిసె కనిపించగానే మళ్ళీ ప్రాణం లేచొచ్చింది.

రంగయ్య

"ఇదంతా అడవి కదా బాబు, పెద్దగా ఎవరూ ఉండరు."

డ్రైవర్

"మరి ఇంత అడవి లోపల మీ ఒక్కరే ఎలా ఉంటున్నారు?"

రంగయ్య

అదొక పెద్ద కథ. మాది గుంటూరు దగ్గర ఒక పల్లెటూరు.

13.CG/VFX/ANIMATION
REF:KABALI,KHAKI

We see the montages with Voice over.

రంగయ్య(V.O)

"మా పూర్వీకులు నుండి వచ్చిన వంట వృత్తినే కొనసాగిస్తున్నా నేను కూడా. మా ఊరి చుట్టుపక్కల పెళ్ళిళ్ళకీ, శుభకార్యాలకీ వంట చేయడానికి నన్నే పిలిచేవాళ్ళు. భార్య చనిపోయి పదేళ్ల వుతుంది. ఒక్కతే కూతురు. తనకి పెళ్లి చేయడానికి ఉన్న ఒక్క ఇల్లూ అమ్మాల్సివచ్చింది.

ఇక్కడి నుండి రెండు మైళ్ళ దూరంలో స్వర్ణముఖి నది ఉంది. ఒకప్పుడు ఆ నదికవతల వైపుకి వెళ్ళాలంటే పన్నెండు మైళ్ళు ప్రయాణం చేయాల్సొచ్చేది. దానికి తోడు అక్కడ చెట్లన్నీ రోడ్డుపైకి వచ్చాయి. అడవి జంతువులు కూడా రోడ్డు మీద ఇష్టమొచ్చినట్టు తిరుగుతుండడం వల్ల ప్రమాదాలు ఎక్కువగా అయ్యేవి. నది దాటడానికి బ్రిడ్జి వేస్తే, ఆ రూటులో వెళ్ళాల్సినవసరముండదు, ఎనిమిది మైళ్ళ దూరం కూడా తగ్గుతుందని ఏడేళ్ల క్రితం బ్రిడ్జి వేయడం మొదలుపెట్టారు. ఆ పనికి వచ్చిన వాళ్ళలో మా దూరపు బంధువు ఒకడున్నాడు, బ్రిడ్జి వేయడానికి వచ్చినవాళ్ళకి భోజనం కష్టమవుతోంది, ఇక్కడొక హోటల్ పెడితే బావుంటుందని నాతో చెప్పాడు.

ఇంక నేనూ మా ఊర్లోనే ఉండి చేయడానికేం లేదనిపించి ఇక్కడికొచ్చి ఈ హోటల్ పెట్టుకున్నాను. ఆ బ్రిడ్జి కడుతున్న మూడేళ్ళు హోటల్ బానే జరిగింది. ఆ బ్రిడ్జి పూర్తయ్యాక, ఇంజనీర్లు, కూలీలు వెళ్ళిపోవడంతో బేరాలు తగ్గిపోయాయి. బ్రిడ్జి పూర్తయ్యాక నేనే కాకుండా ఇంకొన్ని కుటుంబాలు కూడా ఇక్కడే గుడిసెల్లో ఉండేవారు. కానీ ఇక్కడ పనేమీ దొరక్క ఇల్లు గడవడం

కష్టమవుతుందని, ఆరు నెలల తర్వాత వాళ్ళు కూడా వెళ్ళిపోయారు. బ్రిడ్జి దాటి హైవే ఎక్కితే, చెరుకూరు జంక్షన్ ఉంటుంది. అక్కడ నుండే ఇంట్లోకి కావాల్సినవి తెచ్చుకుంటా. గుడిసె వెనక పెరట్లో కూరగాయలు కాస్తాయి. ఈ హోటల్ తో ఇల్లు గడవడం కొంచెం కష్టమని, అక్కడ ఒక హోటల్ లో వారానికి రెండు రోజులు పనిచేసి వస్తాను. ఆ పట్నంలో ఉండడం నాకు ఇష్టం లేదు, అందుకే ఎంత కష్టమయినా ఈ చెట్ల మధ్యే మేలనుకొని ఇక్కడే ఉంటున్నా."

14. INT. RANGAIAH HUT NIGHT

డ్రైవర్

"మరి ఇంత అడవిలో ఒక్కడివే ఉండడానికి భయం లేదా? వయసు కూడా అయిపోయింది, ఏ దొంగలో, జంతువులో దాడి చేస్తే?"

రంగయ్య

"నువ్వే అన్నావుగా బాబు వయసయిపోయిందని. చూడడానికి ఈ లోకంలో ఇంకేం మిగులుందని బతుకు మీద ఆశ పెంచుకోవడానికి.

అయినా ఈ చుట్టుపక్కల ఒక కుక్క తిరుగుతుంటే, దాన్ని తెచ్చి పెంచుకుంటున్నా. నేను తినేదాంట్లో దానికీ ఓ ముద్ద వేస్తే, అదిగో అదే కాపలా కాస్తుంటుంది అంటూ వెనక వైపున్న గుమ్మానికి కట్టేసిన కుక్కని చూపించాడు.

ఇంకొక్క పావుగంట తర్వాత వచ్చుంటే, దాన్ని బయట కట్టేసి నేనూ పడుకునే వాన్ని."

డ్రైవర్

"అయ్యో! నా మూలంగా మీరు ఇంకా పడుకోకుండా ఉన్నారు. తొందరగా తినేసి బయల్దేరతాను పెద్దయ్య."

రంగయ్య

"అబ్బే, అదేం లేదు బాబు. నెమ్మది.. నెమ్మదిగా తిను. ఈ రాత్రికి ఇక్కడే పడుకుని రేప్పొద్దున్నే పోవచ్చు."

డ్రైవర్

"పోవాలి పెద్దయ్య, రేపు సాయంత్రానికల్లా లోడు తీసుకెళ్ళకపోతే మా ఓనరు ఊరుకోడు."

రంగయ్య

"రాత్రి పూట ఈ రూటులో వెళ్ళడం అంత మంచిది కాదయ్య! ఆ నది మలుపు దగ్గర చీలిపోయిన ఆ

రెండు రోడ్లూ చెరుకూరు జంక్షన్ దగ్గర కలుస్తాయి. అంటే కొత్తగా వేసిన బ్రిడ్జిరోడ్డు నేరుగా ఉంటే, ఆ పాత రోడ్డు మలుపు తిరిగి ఉంటుంది."

డ్రైవర్

"నీకు నా డ్రైవింగ్ గురించి పెద్దగా తెలీదేమో. చాలా దూరం నుండి వస్తున్నా. కొండలు, కోనలు. అన్ని చోట్లా నడిపాను."

రంగయ్య

"అది కాదయ్యా! నేను చెప్పేది కొద్దిగా విను."

15.CG/VFX/ANIMATION
REF:KABALI,KHAKI

We see the montages with Voice over.

రంగయ్య(V.O)

"ఈ రూటులో కొత్తగా నడిపే డ్రైవర్లందరూ, నిద్ర మత్తులో ఆ నది మలుపు దగ్గర బ్రిడ్జి వైపు వెళ్ళడానికి బదులు పాత రోడ్డులోకి వెళ్తారు. అడవి జంతువులెక్కువగా తిరిగే ఆ రోడ్లో ప్రమాదాలెక్కువ. బ్రిడ్జి కట్టకముందు ఆ పాత రోడ్డులో, రోడ్డు పక్కనే కొంతమంది చెంచులు గుడిసెలేసుకుని ఉండేవారు. అలాంటి గూడేలు నాలుగైదు ఉండేవా రోడ్లో. వాళ్ళందరూ అడవిలో దొరికే పళ్ళు, ఆకులు, తేనే లాంటివన్నీ తెచ్చి రోడ్డు మీదే పెట్టుకుని అమ్ముకునే వారు. కానీ రోడ్డు మీద విచ్చలవిడిగా తిరిగే జంతువుల వల్ల

ప్రమాదాలెక్కువవుతున్నాయని, దూరం కూడా తగ్గుతుందని ఆ బ్రిడ్జి కట్టారు కదా! అప్పటినుండి వాళ్ళుండే రోడ్డు వైపు ఎవరూ వెళ్ళకపోవడంతో అడవి నుండి తెచ్చినవేవి అమ్ముడయ్యేవి కావు. అది మాత్రమే కాకుండా రోడ్డు ప్రమాదాలకి, వాళ్ళకున్న ఆ జీవనాధారం నాశనమవ్వడానికి ఆ రోడ్లో ఉన్న ఏదో దుష్ట శక్తే కారణమని నమ్మి, ఆ గూడేలన్నీ వదిలేసి అడవిలోకి వెళ్ళిపోయారు. అసలు ఆ రోడ్ లో జరిగినవి యాక్సిడెంట్ లు కాదని ,చెంచులే తిండికోసం ఆ రోడ్ లో వచ్చిన వాళ్ళని చంపి, ప్రమాదం జరిగినట్టుగా చేస్తున్నారని కూడా కొందరు అంటారు. ఇంతకుముందు వాళ్ళవైతే అమ్మేవారో ఇప్పుడడవిలో అవే తింటూ బతుకుతున్నారు.

రోడ్డు పక్కనే ఉండే చెంచులందరూ అక్కడనుండి వెళ్ళిపోయారుగాని, ఆ రోడ్డు నుండి కొంచెం లోపలికెళ్తే ఒక ఊరొస్తుంది. వాళ్ళంతా వ్యవసాయం చేసుకుని బతుకుతారు. వాళ్ళకీ లోకంతో పెద్దగా సంబంధం లేదు, వాళ్ళు తినే గింజలేవో వాళ్ళే పండించుకుంటారు. ఆ చెంచులనుకునే దుష్టశక్తి నిజంగానే ఉన్నా, ఆ ఊళ్లో ఉన్న అమ్మోరు వాళ్ళకేం కాకుండా కాపాడతుందని, ఆ ఊరివాళ్ళు అంతా అక్కడే ఉంటున్నారు."

16. INT. RANGAIAH HUT NIGHT

డ్రైవర్

మరి అలా ప్రపంచంతో సంబంధం లేకుండా ఉంటే, వాళ్ళకి ఏదైనా రోగమొస్తే, అప్పుడు కూడా ఊరు వదిలిపెట్టి వెళ్ళారా?

రంగయ్య

ఆ ఊరికి కొంచెం దూరంలో ఆయుర్వేదం తెలిసిన కుటుంబం ఉంది. ఆ ఊరి వాళ్ళకి ఏం సమస్య వచ్చినా అక్కడే వైద్యం చేయించుకుంటారు.

డ్రైవర్ మౌనంగా ఆలకిస్తాడు.
రేడియోలో వార్తలు మొదలవుతాయి.

డ్రైవర్

"లేదు పెద్దయ్య నేను మాత్రం ఎలాగైనా ఈ రోజే వెళ్ళాలి." బయల్దేరతానంటూ ఆకు మడతేయబోతుండగా,

రంగయ్య

"అప్పుడేనా, ఇంకొంచెం అన్నం పెట్టుకో బాబు."

డ్రైవర్

"చాలు పెద్దయ్య, కడుపు నిండిపోయింది. ఉల్లి కాడల రసం మాత్రం బ్రహ్మాండంగా ఉంది"

అంటూ మెచ్చుకున్నాడు.

రేడియో(O.S)

కేంద్ర ప్రభుత్వం పేదలకు మరింత మేలు చేకూర్చేలా సంక్షేమ పథకాలను అభివృద్ధి మొదలెట్టింది. అందులో భాగంగా.. (breaks and fadeouts, when both of them went backyards to wash the hands)

డ్రైవర్ కంగారుగా లేచి చేయి కడుక్కోవడానికి గుడిసె వెనక్కి, వెళ్ళగా, రంగయ్య కూడా తనతో పాటు వెళ్తాడు.

తొట్టి దగ్గరకెళ్ళి చేతులు కడుక్కుని, తన చొక్కా జేబులో ఉన్న డబ్బులు తీసి ఆ ముసలాయన చేతిలో పెడతాడు.

తన వాటర్ బాటిల్ లో నీళ్ళు పోసివ్వమని రంగయ్యను అడుగుతాడు.

రంగయ్య నీళ్ళు కుండ దగ్గరకెళ్ళి బాటిల్ లో నీళ్ళు పోసి తీసుకొచ్చి ఇస్తాడు.

డ్రైవర్ సెలవు తీస్కుంటానని రంగయ్యకి నమస్కరించి లారీని రోడ్డెక్కించాడు.

17. EXT/INT MAIN ROAD NIGHT

లారీ అయితే నడుపుతున్నాడు కానీ, బుర్ర నిండా ఆలోచనలే.

డ్రైవర్ (Mind Voice)

##ఆ రూటు గురించి పెద్దాయన చెప్పింది, నేను బయల్దేరేముందు కూడా ఆ రాత్రికి అక్కడే ఉండిపొమ్మని బలవంతం చేయడం చూస్తుంటే (Flashback dialogue of Rangaiah) ,

ఎంతో కొంత నిజం లేకపోతే ఇన్ని సార్లు హెచ్చరించేవాడు కాదేమో అనిపిస్తుంది. రెండ్రోజులుగా సరైన నిద్ర,విశ్రాంతి లేకుండా నడుపుతున్నా, అప్పుడే భోజనం కూడా చేయడంతో నిద్ర ముంచుకొస్తుంది. యాక్సిడెంట్ కన్నా ఓనరుతో తిట్లే నయం కదా!

మళ్ళీ వెనక్కి వెళ్తే..

మొండిగా వచ్చేసాక, ఇప్పుడు మళ్ళీ వెనక్కి వెళ్తే ఆయన ఏమనుకుంటాడో, దానికి తోడు తిరిగి వెళ్ళేసరికి తలుపులేస్కుని నిద్ర పోయుంటే? కుక్క కూడా ఉంటుంది బయట!

ఒకవేళ నిద్రపోతే లారీ ఆ రోడ్డు పక్కనే పెట్టి పడుకోవచ్చు!

ముందుకు మాత్రం కదిలేది లేదు. ##

ఒక అడ్డరోడ్డు రాగానే లారీని జాగ్రత్తగా వెనక్కి తిప్పి ఆ గుడిసె దగ్గరకు వచ్చాడు.

18. EXT/INT RANGAIAH'S HUT NIGHT

అదృష్టవశాత్తూ ఆయనింకా పడుకోలేదు. కుక్కని బయట గుమ్మానికి కడుతున్న రంగయ్య డ్రైవర్ ని చూసాడు.

డ్రైవర్

"పెద్దయ్యా! కళ్ళు మూతలు పడుతున్నాయి. నువ్వు చెప్పినట్టే ఈ రాత్రికి ఇక్కడే పడుకొని తెల్లవారుజామున్నే వెళ్ళిపోతా." మొహమాటంగా అడిగాడతడు.

రంగయ్య

"దానికేం భాగ్యం బాబు. లోపలికి రా" అని తీసుకెళ్ళాడు.

కప్పుకోవడానికి దుప్పటిచ్చి పక్క చూపించి పడుకోమని చెప్పాడు.దీపమాపేసి ఆయనా పడుకున్నాడు.

19. EXT/INT FOREST,RIVER,TREES, RANGAIAH'S HUT NIGHT

ఇద్దరూ గాఢ నిద్రలో ఉన్నారు.

నిశ్శబ్దం.

గాలికి ఊగే కొమ్మల శబ్దం,

ఆకులు రాలి కింద పడే శబ్దం,

ఎక్కడో ఉన్న స్వర్ణముఖి నదీ ప్రవాహశబ్దం కూడా వినిపించేంత నిశ్శబ్దం.

Dream:

రంగయ్య తన గొంతు నులుముతున్నట్టు డ్రైవర్ POINT OF VIEW shot.

ఒక్కసారిగా పక్షుల కీచులాటలు విని ఉలిక్కిపడి కళ్ళు తెరచాడు ఆ డ్రైవర్.

20. INT/EXT.RANGAIAH'S HUT NIGHT

డ్రైవర్ లేచి నిద్రపోతున్న రంగయ్య వైపు చూస్తాడు. ఇంకాసేపట్లో తెల్లారుతుందనుకుని, తల కింద వేసుకున్న తుండు తీసుకుని, గుడిసె వెనకున్న నీళ్ళ తొట్టి దగ్గరకెళ్ళి మొహం కడుక్కుంటుండగా, మెలకువ వచ్చిన రంగయ్య కూడా బయటకు వచ్చాడు.

రంగయ్య

"ఇంకా తెల్లారలేదు బాబు! నువ్వెళ్ళి పడుకో, పొద్దున్నే నేను లేపుతాలే."

డ్రైవర్

"లేదు పెద్దయ్యా! లోడు ఆలస్యమవుతుంది. నేను బయల్దేరాలి."

డ్రైవర్

"సరే జాగ్రత్తగా వెళ్ళు నాయనా! నిద్ర వస్తున్నట్లనిపిస్తే ఎక్కడైనా ఆపి పడుకో."

డ్రైవర్ బయల్దేరాక రంగయ్య తలుపు వేసి పడుకున్నాడు.

21. EXT/INT. MAIN ROAD / LORRY NIGHT

లారీ బయల్దేరుతుంది. ఎలాగైనా అనుకున్న టైముకే డెలివరీ చేయాలని డ్రైవర్ వేగం పెంచాడు. వెనక లోడ్ ఉండడం వల్ల, యాక్సిలేటర్ పూర్తిగా తొక్కినా, అరపైకి మించి స్పీడు వెళ్ళట్లేదా లారీ.

20 వ తారీఖు మధ్యాహ్నానికి లోడ్ డెలివరీ చేయాలి అన్న ఓనర్ డైలాగ్ లారీ అద్దం మీద ఒకవైపు, ఆ రోడ్డులోకి వెళ్తే ప్రాణాలు వదిలేసుకోవడమే అన్న రంగయ్య డైలాగ్ ఇంకో వైపు పడతాయి. బీడి వెలిగించి కాలుస్తాడు. అది అయిపోయాక, చల్లగాలికి తన కళ్ళు మూసుకుపోతున్నాయి. చెట్ల కొమ్మలు లారీ టాపుని తగిలి చప్పుడు చేస్తున్నాయి. టైర్లు మాటిమాటికీ రోడ్డు దిగి నేలను తాకుతున్నాయి. తను ఎంత కంట్రోల్ చేసుకున్నా నిద్ర మాత్రం ఆగట్లేదు. అలా ఒకసారి రోడ్డు దిగిన లారీ, నేల మీదున్న ఒక బండ రాయిని ఎక్కిదిగడంతో, తన నిద్ర మత్తు వదిలిపోయింది.

22. EXT. MAIN ROAD NEAR VILLAGE NIGHT

లారీ ఆపి దిగి చూసాడు. చుట్టూ చూస్తాడు. చెట్లన్నీ రోడ్డు మీదకి విస్తరించి ఉన్నాయి, రోడ్డంతా గతుకులు, ఇరుకుగా ఉన్న రోడ్డు. రోడ్డు మీద ఉన్న ఒక గతుకు మధ్యలో నుండి పక్కనున్న మర్రి చెట్టు వేళ్ళు పైకి రావడం చూస్తాడు. దాని దగ్గరకు వెళ్ళి గమనిస్తాడు. తనకు ఏదో శబ్దం వినిపిస్తుండడంతో కొంచెం ముందుకు వెళ్ళగా నీళ్ళు ప్రవహిస్తున్న శబ్దం వినిపిస్తుంది. ఆ రోడ్డు లో అటు నుండి కానీ ఇటు నుండి కానీ ఒక్క వెహికిల్ కూడా రాకపోవడం డ్రైవర్

గ్రహిస్తాడు, తన లారీ ఒక్కటే ఆ రోడ్డు లో ఉంటుంది. అంటే తను దారి తప్పి రంగయ్య చెప్పిన ఆ పాత రోడ్డులోకే వచ్చేసాడా?! అనే అనుమానం, భయం తన కళ్ళలో. దూరంగా ఉన్న కొండ మంటల్లో తగలబడిపోతూ కనిపిస్తుంది.

23. EXT. MAIN ROAD NIGHT

డ్రైవర్ దారి తప్పి పాత రోడ్ లో ఉన్నాడని చూపించే ఏరియల్ షాట్, డ్రైవర్ టాప్ నుండి ఆ మలుపు వరకు. ఆ మలుపు దగ్గర డ్రైవర్ తప్పు రూట్లోకి వచ్చే షాట్.

24.EXT. MAIN ROAD NEAR VILLAGE NIGHT

వెంటనే వెనక్కి వెళ్దామనుకుని లారీలోకి ఎక్కి రివర్స్ తీసుకోవడానికి ప్రయత్నిస్తాడు. కానీ చెట్లన్నీ మీదకొచ్చిన ఈ ఇరుకు రోడ్డులో రివర్స్ కుదరదు. కోపంగా చేత్తో స్టీరింగ్ ని కొడతాడు. అటూ ఇటూ చూస్తుండగా ఆ రోడ్డు మీద కొద్ది దూరంలో ఎడమవైపున్న దారి లో నుండి ఒక కుందేలు రోడ్డు కి అడ్డంగా పరిగెత్తుతుంది. అక్కడ రివర్స్ తీసుకోవడానికి వెంటనే లారీ ని కొద్దిగా ముందుకు తీసుకెళ్ళగానే, అకస్మాత్తుగా లారీకడ్డంగా ఏదో ఆకారం, లారీ లైటు దాని కళ్ళలో పడి ఒక మెరుపు. దాన్ని తప్పించడానికి

ఎడమవైపు స్టీరింగ్ తిప్పి చెట్లలోకి పోనిచ్చాడు. లోడు బరువు వల్ల అదుపు తప్పిన లారీ పక్కనున్న గుంతలోకి పడిపోయింది.

25. EXT. MAIN ROAD EARLY MORNING

దూరం నుండి అది చూసిన రమణ, అంజి పరిగెత్తుకుంటూ అక్కడికొచ్చారు.

లారీ కింద పడున్న డ్రైవర్ తలకి పెద్ద గాయమయినట్టుంది, రక్తం బాగా పోయింది. దగ్గరకెళ్ళి చూసిన రమణ ప్రాణం లేదని గ్రహించాడు. అంజి వంక చూసి తల అడ్డంగా ఊపాడు.

రమణ

"కింద పడ్డా వెనకున్న ట్యాంకర్ కేమీ కాలేదు చూశావా?"

షాక్ లో ఉన్న అంజి తల ఊపుతాడు.

రమణ(Contd.)

"తక్కువ స్పీడ్ లోనే పడిపోయింది కదా, అందుకే."

అప్పుడప్పుడే తెల్లవారుతోంది. నిశ్చేష్టుడై చూస్తున్న అంజిని తట్టి, ఏం చేయాలో చెప్పి ఊళ్ళోకి పంపించాడు రమణ.

అంజి ఊళ్ళోకి పరిగెత్తాడు.

ఈలోపు రమణ డ్రైవర్ జేబులో ఉన్న డబ్బులతో పాటు, అతని చేతికి ఉన్న కడియం తీసి దాచిపెట్టుకుంటాడు.

అంజి ఊళ్ళో వాళ్ళని అక్కడికి తీసుకొస్తాడు.

ఆ లారీ చుట్టూ గుమికూడిన జనం, ఎప్పుడూ లేనిది ఇటువైపు లారీ రావడమేంటా అని మాట్లాడుకుంటున్నారు.

జనంలో ఒకరు

సేద్యం బాగా తెలిసిన వాడు, నలుగురికి సాయపడే వ్యక్తి రాజన్న. ఊళ్లో జరిగే పండగలయినా పబ్బాలయినా ఏదైనా ఆయనే ముందుండి నడిపిస్తాడు కాబట్టి, ఈ విషయంలో రాజన్నే నిర్ణయం తీసుకోవాలి.

రాజన్న

"ఇదెలా వచ్చిందో, పడిపోయిందో మనకి తెలీదు. ఆ లారీని, శవాన్ని దానికి సంబంధించిన వాళ్ళొచ్చి తీసుకెళ్తారు. దీంట్లో మనం అనవసరంగా వేలు పెట్టకపోవడమే మేలు".

రమణ

"ఎలా పడిపోయిందో తెలీదా!? నేనూ అంజి దూరం నుండి చూస్తానే ఉన్నాం. నిన్న తప్పిపోయిన రామయ్య వాళ్ళ మేక ఉంది కదా! అది అడ్డు రావడం వల్లనే, దాన్ని తప్పించబోయి లారీ పడిపోయింది. అదిగో.. మేకని ఆ చెట్టుకి కట్టేసాం చూడండి."

కొద్ది దూరంలో ఒక పెద్ద మర్రి చెట్టుకి కట్టేసిన మేక ఉంటుంది.

దాన్ని చూసిన లక్ష్మి కళ్ళలో ఆనందం, ఆశ్చర్యం, భయం.

రమణ(contd.)

"లారీ పడిపోయేప్పుడు, ఆ మేక ఎలా కనిపించిందో తెలుసా? అచ్చంగా అమ్మోరు రూపమే! ఆ కళ్ళలో మెరుపు అక్కడెక్కడో దూరాన్నుండి పరిగెత్తుతున్న మాకు కనిపించింది. సరిగ్గా పండక్కి ఒక రోజు ముందే ఆ మేక ఇంటికి రాకపోవడం.. ఎప్పుడూ లేనిది ఒక లారీ మన ఊరి వైపు రావడం.. పండగ రోజే ఈ

ప్రమాదం.. ఆ తల్లి నిశ్చయించకుండానే జరుగుతుందా?!

మనకీ పండక్కి ఆ తల్లి ఇచ్చిన వరమే ఈ లారీ. దానికి ప్రతిఫలంగా అమ్మ, ఆ రామయ్య వాళ్ళ మేకని బలి కోరుతోంది. దీనికి నేను, అంజే సాక్ష్యం".

రాజన్న

"బలా? ఇప్పటిదాకా ఏ పండక్కీ మనం బలివ్వలేదు కదా?".

రమణ

"ఇప్పటివరకు అమ్మ కోరలేదు కాబట్టి ఇవ్వలేదు, ఇప్పుడు కోరింది కాబట్టి ఇద్దామంటున్నా".

రాజన్న

"పండగ కోసం ఆ మేకని బలిస్తే, మరి రామయ్య వాళ్ళ పరిస్థితి?".

రమణ

"ఊరందరి పండగకి ఇచ్చే బలి వల్ల రామయ్య కి అన్యాయం జరగకూడదు. ఇది అంతా కలిసి చేసుకునే పండగ కాబట్టి, ఊరంతా కలిసి రామయ్యకి ఆ డబ్బులు

ఇచ్చేస్తే సరి, అసలే వాళ్ళు మేకని బేరం కూడా పెట్టినట్టున్నారు".

అని రామయ్య కళ్ళలోకి చూడగానే రామయ్య తల దించుకుంటాడు.

రాజన్న

"మరి దీనికి రామయ్య ఒప్పుకోవాలిగా? ఏం రామయ్య..".

రామయ్య

"అమ్మే బలి కోరాక ఇంక మాకేమభ్యంతరముంటుంది? ఎలాగూ డబ్బులిప్పిస్తామంటున్నారు కదా."

పక్కనున్న లక్ష్మికి ఏమీ మాట్లాడే అవకాశం లేక దీనంగా అంతా వింటోంది.

రాజన్న

"చూడు రమణ! బలిద్దామన్నావ్, బావుంది. కానీ ఈ లారీ ట్యాంకర్ లో ఏముందో తెలీకుండా ఎవరిదో తెలీకుండా, ఆ తల్లే మన కోసం పంపించిందని ఎలా అనుకోవాలి".

రమణ, అంజిల రియాక్షన్.

రాజన్న(Contd.)

"ఇది మనది కాదు. దీనికి సంబంధించిన వాళ్ళు ఎవరైనా వస్తారేమో! కొన్ని రోజులు చూద్దాం, ఎవరూ రాకపోతే అప్పుడు ఆలోచిద్దాం దీన్ని ఏం చేయాలో. అది మాత్రమే కాదు, ఇప్పుడంటే రామయ్య వాళ్ళ మేకని బలిస్తున్నాం గాని, ఈ సారి పండక్కి మాత్రం బలివ్వడానికి ముందు నుండే పెంచి పోతుని సిద్ధం చేసే బాధ్యత మనందరిది"

వాళ్ళే పని చేయాలన్న నిర్ణయించే రాజన్న చెప్పిన దానికి ఊరంతా అంగీకరించారు. వాళ్ళతో పాటు ఆ మేకని తీసుకొని ఊళ్ళోకి వెళ్ళారు.

<Dissolve To>

26. EXT. VILLAGE STREETS MORNING

గడ్డిమోపు తల మీద పెట్టుకుని పొలిమేర వైపు నుండి ఊళ్ళోకి నడుస్తుంది రాములమ్మ.

రాములమ్మ అప్పుడే ఊళ్ళోకి రావడం రాజుతో పాటు అక్కడున్న వాళ్ళంతా చూస్తారు.

రాజు

"ఏం అత్తా! ఊరంతా ఆ రోడ్డు దగ్గర పడిపోయిన లారీని చూడడానికి పెళ్తే, నువ్వు తీరిగ్గా మేతకెళ్ళొస్తున్నావా".

రాములమ్మ

"అంటే మీరందరికి కూడా లారీ పడిపోయిన విషయం తెలుసా".

రాజు

"తెలుసు, ఆ లారీ పడిపోవడం చూసింది అంజి గాడు, రమణ బాబాయే. దాని కోసం ఎవరైనా వస్తారేమోనని

కొన్ని రోజులు చూసి, తర్వాత ఆలోచిద్దామంటే ఊళ్ళోకొచ్చేసాం అందరం".

రాములమ్మ

"సరిపోయింది, ఆ అంజిగాడు, రమణ.. వాళ్ళ వాళ్ళ ఇంట్లో వాళ్ళతో కలిసి నీళ్ల తొట్లు ఖాళీ చేసుకొని దొడ్డిదారిలో పెళ్లి కావడి కుండల తో అదేదో మోసుకుని తెచ్చి పోసుకుంటున్నారు."

అని రాములమ్మ చెప్పగానే అక్కడున్న వాళ్ళందరి కళ్ళలో ఒక్కసారిగా కసి.

27. EXT. MAIN ROAD MORNING

వెంటనే రాజు, అక్కడున్న ఊరి వాళ్ళంతా కుండలు, బిందెలు, చెంబులు అన్నీ తీసుకుని లారీ దగ్గరకు పరిగెత్తుతారు, రాజన్నతో సహా.

వాళ్ళందరి మొహంలో అంజి, రమణల మీద కోపం, కసి.

అక్కడికి చేరుకున్న జనం, కుండలోకి నూనె తోడుకుంటున్న అంజిని పక్కకి విసిరేసారు.

దూరంగా కిందపడ్డ అంజి మోచేయి గీసుకుని రక్తం వస్తోంది.

నేనంటే నేనంటూ జనమంతా గొడవ పడుతున్నారు.

ఇదంతా దూరాన్నుంచి చూసిన రమణ, ఇంట్లో నూనె పోసి వచ్చిన ఖాళీ కుండలతో లారీ వైపు పరిగెత్తాడు.

అక్కడకు వెళ్లి గొడవ పడుతున్న వాళ్ళందరినీ వెనక్కి లాగడానికి ప్రయత్నిస్తున్నాడు.

రమణని చూసిన రాజన్న, అతని చొక్కా పట్టుకుని

రాజన్న
మమ్మల్నందరినీ మోసం చేస్తావా?
అని అడుగుతాడు.

ఇంకొంతమంది రమణ మీదకి వెళ్ళి పట్టుకున్నారు.
అందరూ ఆగి వాళ్ళవైపు చూస్తున్నారు.

రమణ
"ఒక్కసారి నేను చెప్పేది వినండి!"
అంటూ చొక్కా విడిపించుకొని,

రమణ
ఆ చేతిలో ఏంట్రా రాజు.. ఆ.. కుండ.
చిన్నక్కా! నువ్వు రెండు కుండలతో వచ్చావుగా.
సాంబయ్య మామా! నువ్వు ఏకంగా గంగాళమే తీసుకొచ్చావుగా.

చివరకు ఈ బుడ్డది కూడా చెంబు పట్టుకొచ్చింది.

అని పక్కనున్న పాపని దగ్గరకు తీసుకుంటాడు.

రమణ(Contd.)

ఒక్క నా కొడుక్కి అయినా అసలు ఈ ట్యాంకర్ లో ఏముందో తెలుసా..

అయినా అందరూ పంచెలెగేసుకొని వచ్చారు.

కట్ట తెంచేస్తే దూకే నీళ్ళలాగా, అందరి రంగూ ఇదే.

రాజన్న

ఏముంది అందులో?

అంజి

"నేను వాసన చూసా కదా! అది వంటలోకి వాడే నూనె."

ర‌రాజన్

నీకెలా తెలుసు అది నూనె అని?

అంజి

అంటే అది నేను సరుకులకు టౌను పోయినప్పుడు
(నీళ్ళు నములుతూ)

28. EXT. SMALL TOWN DAY (Continuation to 3rd scene, Montage 1)

అంజి ఆ హోటల్ లోపలికి వెళ్ళి బజ్జీలు తింటాడు.

జనంలో ఒకరు

ఈ నూనెని మన ఊళ్ళో వాడకూడదనే ఆచారాన్ని ఎన్నో ఏళ్ళ నుండి పాటిస్తున్నారు. ఇప్పుడు ఇలా చేస్తే మన పూర్వీకుల ఆత్మలు శాంతిస్తాయా?

అంజి

మేము ఏదో మా దురాశతో ఇలా మాట్లాడుతున్నట్టు చెప్తారేంటి? ఈ రోజు జరిగింది, మా బదులు మీరెవ్వరు చూసినా ఇలానే మాట్లాడతారు. అయినా ఆ అమ్మే నిర్ణయించాక ఇంకా పెద్దవాళ్ళు చెప్పిన దానితో పనేంటి?! అయినా ఆ నూనె తిన్న నాకు ఏమీ కాలేదు కదా! బాగానే ఉన్నాను కదా!

జనం రియాక్షన్.

రమణ

ఇదిగో చూడండి మనందరికీ ఇది కావాలి. కావాలంటే ఇప్పటిదాకా మేము తీసుకెళ్ళిన నూనెని కూడా కలిపేసి, పండగ అయిపోయాక అందరం సమానంగా పంచుకుందాం. కానీ దీన్ని తీసుకెళుతూ వేరే వాళ్ళ కంటపడ్డామా, ఇంక అంతే.

ఒక్కసారిగా అందరిలో కంగారు.

జనం

"మరేం చేద్దాం?".

అక్కడ అంతా నిశ్శబ్దం. కొంచెం సేపటి తర్వాత రాజన్న మొహంలో ఆలోచన తట్టగానే,

రాజన్న

"మనవాళ్లు ఉత్తరం వైపు కొంత మంది, దక్షిణం వైపు కొంతమంది అడ్డదారిలో వెళ్లి, పొరపాటున కూడా ఈ రోడ్డులోకి ఎవరూ రాకుండా రోడ్డుని మూసేయాలి. చెట్లు నరికి రోడ్డుకడ్డంగా వేయండి.

వెంటనే రెండు వైపులా చెరో ముగ్గురు గొడ్డళ్ళతో బయల్దేరారు.

జనం లో నుండి ఒక గొంతు

"ఎలాగూ ఈ రోజు బలిచ్చి ఊరందరం కలిసి వండుకుని తింటున్నాం కదా! ఆ చేసేదేదో ఈ నూనెతోనే చేసుకుంటే".

జనంలో నుండి మరొక గొంతు

" కానీ మనకెవరికీ నూనెతో వండడం రాదు కదా".

అంజి

"నాకొక వంట చేసే మనిషి తెలుసు.

29. EXT. SMALL TOWN DAY (Continuation to 3rd scene, Montage 2)

అంజి ఆ హోటల్ లోపలికి వెళ్లి బజ్జీలు తిన్నాక ఆ బజ్జీలు వేస్తున్న వంటమనిషి రంగయ్యతో మాట్లాడుతాడు.

అంజి (V.O)

ఆయన పేరు రంగయ్య. నేను సరుకుల కోసం జంక్షన్ కి వెళ్తాను కదా, అక్కడ పరిచయం. మన

ఊరికి దగ్గరలోనే రోడ్డు పక్కనే గుడిసె వేసుకుని ఉంటున్నాడు. నేను వెళ్ళి పిలిస్తే వస్తాడు".

జనంలో నుండి అదే గొంతు

"మరి ఈ శవం సంగతో?"

రాజన్న

"ఈ రోజు పండగ కదా, దీన్ని ఊళ్ళోకి తీసుకురాకూడదు. ఇక్కడే గుంతలోనే ఎవరికీ కనపడకుండా దాచండి. లారీ పడిన ఆనవాళ్లు కూడా ఏమీ లేకుండా అన్నీ తీసేయండి".

అక్కడ కొంతమంది డ్రైవర్ శవంతో పాటు, ఆనవాళ్ళు ఒక గుంతలో దాస్తారు.

మోకులు (లావుపాటి తాడు) తీసుకొచ్చి చెట్లకు కడతారు.

మోకుని బలంగా లాగేందుకు లోకల్ సాంగ్ పాడుతూ కింద పడిన లారీని పైకి తీస్తారు.

ఆ తర్వాత అంతా కలిసి లారీని నెట్టుకుంటూ ఊళ్ళోకి తీసుకెళ్తారు.

30. EXT. FOREST DAY

అంజి ఇంకో ఇద్దరు మనుషులని వెంటపెట్టుకుని వంటమనిషి రంగయ్య గుడిసెకి అడవి మార్గంలో బయలుదేరారు. రంగయ్య గుడిసెకి చేరుకున్నారు.

31. INT. RANGAIAH'S HUT DAY

రంగయ్య పెరట్లో పాదులు తవ్వుతుండగా ఇంటి బయట కట్టేసిన కుక్క అరుపు వినిపిస్తుంది. అప్పుడు రంగయ్య తన చేతిలో ఉన్న పార పక్కన పడేసి గుడిసె నుండి బయటికి వస్తాడు. అక్కడ అంజి వాళ్ళు కుక్క ను చూసి భయపడుతూ ఉంటారు.

రంగయ్య

నువ్వేంటి బాబు, ఇక్కడ? (ఆశ్చర్యం) లోపలికి రండి బాబు అదేం చెయ్యదులే

అని కుక్కని విడిపించి తనతోపాటు లోపలికి తీసుకెళ్లి కూర్చుంటాడు. అంజి వాళ్ళు ఆయనని అనుసరిస్తారు.

రంగయ్యకి ఎదురుగా కూర్చున్న అంజి,

అంజి

మా ఊరిలో ఈరోజు పండగ. మొదటి సారి అమ్మోరికి మేకని బలిచ్చి నూనెతో వండుకుందామని నిర్ణయించుకున్నాము. కానీ అది వండడం ఎలాగో మాకెవ్వరికీ తెలీదు. నీకు అన్ని రకాల వంటలు వండటం వచ్చు కదా. నువ్వే వచ్చి ఎలాగైనా మా అందరికీ వండి పెట్టాలి. వంట చేసినందుకు గాను ఐదు సేర్ల బియ్యం, ఒక పావు సేరు మాంసం ఇస్తాము.

రంగయ్య

సరే, దానిదేముంది నేను వస్తాను. ఎప్పటినుండో నేనూ మీ ఊరి అమ్మవారిని దర్శించుకోవాలనుకుంటున్నాను.

అంజి మొహంలో ఆనందం ఒప్పుకున్నందుకు.

ఊరందరికీ వండడానికి కావాల్సిన వంట పాత్రలు, ఇతర సామగ్రిని తీసుకున్నారు.

రంగయ్య కుక్కని పెరట్లో కట్టేసి గుడి కి తాళం వేసి వాళ్లతో బయలుదేరుతాడు.

వచ్చిన మార్గంలోనే నలుగురూ బయలుదేరారు.

32. EXT. FOREST DAY

అడవిలో ఎక్కడైనా వంటలో వేసుకునే కాయగూరలు కనిపిస్తే, కోసుకుంటూ వస్తున్నారు.

33. EXT.INT VILLAGE DAY

ఒక ఖాళీ గోనె సంచి తీసుకున్న ఇద్దరు మనుషులు, ఇంటి ఇంటికీ తిరిగి సేరు బియ్యం చొప్పున ఊరంతా తిరిగి సేకరిస్తుంటారు.

ఒక గుడిసె దగ్గర, గుడిసె బయట కూర్చున్న ముసలావిడ

ముసలావిడ

ఏరా సుబ్బిగా ఇంటికి ఎంత బియ్యం చొప్పున వసూలు చేస్తున్నారు?

సుబ్బి

సేరు బియ్యం

ముసలావిడ

సేరు బియ్యమా? మేము ఈ పండగ చేసుకోవడం మొదలు పెట్టిన కొత్తలో ఇంటికి అద్దెడు బియ్యం వేసుకుంటే సరిపోయేది తెలుసా?

సుబ్బి

ఈ పండగ మొదలుపెట్టినప్పుడు నువ్వు నీ వయసు వాళ్ళు నాలుగు ఇళ్లు మాత్రమే ఉండేవి. ఇప్పుడు నీ మనవళ్ళు, మనవరాళ్ళ తరం వచ్చి ఊరే మారిపోయి నలభై ఇళ్ళ దాకా అయింది. ఊరందరికీ అన్నం పెట్టాలంటే ఆ మాత్రం బియ్యం పట్టవా?

ముసలావిడ ఆశ్చర్యంగా చూస్తుండగా, ఇంట్లో నుండి వచ్చిన ముసలావిడ మనవరాలు బియ్యాన్ని గోనే సంచిలో వేయగా, సుబ్బి దాన్ని భుజానెత్తుకొని తర్వాతింటికి వెళ్తాడు.

34. EXT. VILLAGE DAY

ఊరికి చేరుకున్న అంజి వాళ్ళని చూడగానే, ఇద్దరు మనుషులు ఎదురెళ్లి వాళ్ళ తలల మీదున్న వంట పాత్రలని మెల్లగా దించారు.

35. EXT. VILLAGE DAY

గుడిసె బయట ఒక చిన్న పిల్లాడికి తల స్నానం చేపిస్తున్న మహిళ. అద్దంలో చూస్తూ ముస్తాబవుతున్న యువతి. ఊళ్ళో వాళ్ళంతా కొత్త బట్టలతో రెడీ అయి అమ్మోరు దగ్గరికి బయలుదేరుతారు. ఆడవాళ్ళందరూ బోనాలు/ నైవేద్యాలు తల మీద పెట్టుకుని అమ్మోరు దగ్గరికి వస్తారు. అక్కడ రాజన్న, అంజి, రమణ, లక్ష్మి, రామయ్య, రంగయ్య అందరినీ చూస్తాం.

అందరూ మొక్కుకొని పూజలు చేశాక అమ్మోరు ఎదురుగా ఒక బండరాయికి కట్టేసి ఉన్న మేక దగ్గరికి వెళ్తారు.

కొంతమంది మేక దగ్గరికి వెళ్ళి బలవంతంగా దాన్ని పడుకోబెట్టి, దాని తలకాయ కత్తితో కోస్తారు. దూరం నుండి ఆ మనుషుల కాళ్లు.. వాళ్ళ మధ్యలో ఆ మేక కాళ్ళు గిలగిలా కొట్టుకోవడం.

ఆ మేక తలని అమ్మోరు విగ్రహం ముందు పెట్టి దండం పెట్టుకుంటారు.

అమ్మోరు దగ్గర తల తెగిన ఆ మేక కాళ్ళని ఒక దుడ్డు కర్రకి కట్టి ఇద్దరు బలమైన మనుషులు

మోసుకుని రమణ వాళ్ళ ఇంటికి తీసుకొస్తారు. కట్టెకి వేలాడదీసిన ఆ మేక కాళ్లు, దాన్ని మోసుకు వెళ్తున్న ఆ మనుషుల కాళ్ళు కనిపిస్తాయి. దారి పొడవునా దాని మొండెం నుండి రక్తం కారుతూనే ఉంది. ఆ రక్తం దారి మధ్యలో గీసిన గీతలా అయింది.(Bird eye shot).

36. EXT. VILLAGE COMMON AREA DAY

రాజన్న, రంగయ్య లతో పాటు ఊళ్ళో వాళ్ళంతా ఉంటారు.

రాజన్న

"విషయం మా అంజిగాడు చెప్పుంటాడు కదా! ఊరందరికీ అన్నం, ఆ నూనె వేసి చేసే మాంసం కూర వండాలి".

రంగయ్య

"ఆ చెప్పాడు బాబు! మాంసం కూర విడిగా వండమంటారా లేదంటే ఈ మధ్య టౌను వాళ్ళు చేసుకునే లాగ బియ్యంలోనే మాంసం కలిపేసి చేయమంటారా? చాలా బాగుంటుంది బాబు అది. ఆ వంటకం పేరేంటంటే.."

జనం

మధ్యలోనే అడ్డుపడుతూ "వద్దొద్దు.." అని ముక్తకంఠంగా అందరూ అన్నారు.

రాజన్న

"ఏమయ్యా! బియ్యం, మాంసం కలిపేసి ఎవరైనా వండుకుంటారా?! మాకు అవేమొద్దు! అన్నం వేరేగా, కూర వేరేగా వండు చాలు"

రాజన్న

"చూసావా! రెండూ కలిపి చేస్తే, వండే పని తగ్గిపోతుందని అలా అన్నాడు, నా దగ్గర కుదరవు కదా ఇలాంటివన్నీ!" అని పక్కనున్న సుబ్బయ్య చెవి కొరికాడు రాజన్న.

రంగయ్య

"సరే! ఈ బియ్యం, మాంసం, నూనె, కూరగాయలు కాకుండా వంటకి కావాల్సిన మిగతా సరుకుల సంగతేంటి".

రాజన్న

"చూడు రంగయ్యా! ఇప్పుడు నువ్వడిగేవన్ని కావాలంటే ఆ కొండ దాటి జంక్షన్ దాకా పోయి రావాలి. అది ఇప్పుడయ్యే పని కాదు కానీ, ఉప్పులూ

కారాల్లాంటివేమన్నా కావాలంటే.. అవిగో తెచ్చి పెట్టాం, ఉన్న వాటితోనే చెయ్యి".

దానికి సరేనని తల ఊపుతాడు రంగయ్య.

37. EXT. VILLAGE COMMON AREA DAY

రంగయ్య పొయ్యి పెట్టడం కోసం నలుగురు మనుషులను పిలిపించాడు.

పారలు పట్టుకొచ్చిన వాళ్ళతో రెండడుగుల లోతున్న ఒక పొడవాటి గుంత తవ్వించాడు.

ఆ తర్వాత రాజన్న ఇద్దరు మనుషులతో కలిసి బయలుదేరి ఒక ఎండిపోయిన చెట్టు కోసం వెతుకుతారు.

చివరకు ఒక చెట్టు కనిపించడంతో దాన్ని పడగొడతారు.

వాళ్ళు దాన్ని ఈడ్చుకుంటూ VILLAGE COMMON AREA కి తెస్తారు.

తర్వాత దాన్ని గొడ్డళ్ళతో కట్టెలు కొడతారు ఇద్దరు మనుషులు.

ఈ లోపు ఊరంతా తిరిగి ఆడవాళ్ళని పోగు చేసుకొని వచ్చింది రాజన్న భార్య.

వాళ్ళంతా పనులు పంచుకున్నారు.

బియ్యంలో రాళ్ళు ఏరేవాళ్ళు కొందరు..

కూరగాయలు కడుగుతూ కొందరు..

ఉల్లిపాయలు ఒలుస్తూ కొందరు..

చీకటి పడింది. దీపాలు వెలిగించారు.

38. INT/EXT.RAMANA'S HOME NIGHT

రమణ గుడిసె వెనకున్న సావిట్లో మేక మొండాన్ని పైనుండి వేలాడదీసారు. గుడ్డి దీపం వెలుతురులో ఆ మేక నీడ రమణ మీద పడుతుంది.

తన గుడిసెలో నుండి కత్తి తీసుకొచ్చిన రమణ, మరో ఇద్దరూ కలిసి దాన్ని కోసారు. రంగయ్యకి ఇవ్వవలసిన మాంసాన్ని తీసిపెడతానని చెప్పి, కొంత మాంసాన్ని ఇంట్లోకి తీసుకెళ్తాడు. ఆ తర్వాత దాన్ని కుండలో పెడుతున్నప్పుడు రమణ క్లోజప్. (Camera in pot)

బయటికి వచ్చి అందరితో కలిసి, మిగతా మాంసాన్నంతా ఒక పెద్ద చెక్క మీద పెట్టుకుని మోసుకుంటూ VILLAGE COMMON AREA కి బయలుదేరుతారు.

39. EXT. VILLAGE COMMON AREA NIGHT

అక్కడికి చేరుకున్న రమణ వాళ్లు ఆ చెక్క మీద ఉన్న మాంసాన్ని పొయ్యి దగ్గర పెడతారు.

రమణ

"మా పనయిపోయింది రాజన్న! ఇక్కడెంతవరకొచ్చింది?"

రాజన్న

"చూస్తున్నావుగా ఇప్పుడే పొయ్యి సిద్ధమైంది".

రంగయ్య

"బాబు! ఈ మాంసం ఇలా కాదు, ముక్కలు ఇంకా చిన్నగా ఉండాలి. అమ్మా, మీరయినా వీటిని చిన్న ముక్కలు చేయండి"

అని అక్కడ కూరగాయలు కోస్తున్న వాళ్ళనడిగాడు రంగయ్య.

వంటకవసరమయిన నీళ్ళ కోసం ఒక పెద్ద తొట్టిని తీసుకొచ్చి అందులో నీళ్ళు పోస్తున్నారు కొందరు.

ఇంట్లో వాళ్ళంతా అక్కడే ఉండడంతో ఆ ఊరి పిల్లలందరూ కూడా అక్కడికే వచ్చి పక్కనున్న ఖాళీ స్థలంలో ఆడుకుంటున్నారు.

ఇప్పుడు ఊరంతా అక్కడే ఉంది.

వంటపాత్రలు కడిగించాక, వాటికి పసుపు కుంకుమ పెట్టి పొయ్యి వెలిగించాడు రంగయ్య. అన్నం ఒక పొయ్యి మీద, కూర మరొక పొయ్యి మీద చేస్తున్నాడు. కొంతమంది ఆడవాళ్లు అతనికి సాయం చేస్తున్నారు. నూనె పోసి కూర చేయడం మొదలు పెట్టాడు.

అక్కడున్న ఆడవాళ్ళంతా ఆసక్తిగా చూస్తున్నారు అతనా కూర చేసే విధానాన్ని..

రమణ

ఇంకా ఎంతసేపు పడుతుంది వంట అవడానికి? మాకు ఎప్పుడు పేటమాంసం దొరికినా కాల్చుకునే తినేవాళ్ళం. ఈ రోజు ఇలా వేరే లాగా చేయడం వల్లనే ఇంత ఆలస్యం అయింది.

రంగయ్య

అయిపోవచ్చింది బాబు. కొంచెం సేపు ఓపిక పట్టు.

కొద్దిసేపటికి కూర ఘుమఘుమలు ముక్కుపుటాలని తాకడంతో అందరి ప్రాణాలూ లేచొచ్చాయి. రంగయ్య కూడా వంట పూర్తయిందంటూ సంకేతమిచ్చాడు.

40. INT/EXT CENTRE OF THE VILLAGE NIGHT

గోనె సంచులతో పట్టుకుని పొయ్యి మీదున్న అన్నం పాత్రని, కూర పాత్రని దించారో ముగ్గురు మనుషులు. అది చూసిన పిల్లలంతా పరిగెత్తుకుంటూ వచ్చి తినడానికి కూర్చున్నారు. వాళ్ళతో పాటు మిగతా వాళ్ళూ కూర్చున్నారు. రంగయ్య, ఇంకో ఇద్దరు మాత్రం వాళ్ళకి

వడ్డించడానికి ఆగారు. వాళ్ళందరికీ ఆకులు వేసి అన్నం, కూర వడ్డించారు. ఇప్పటివరకూ వాళ్ళెప్పుడూ రుచి చూడని వంటని ఆస్వాదిస్తూ కడుపారా తింటున్నారందరూ. రామయ్య, రాజన్న, రమణ, అంజి ఎడమవైపున్న మగవాళ్ళ వరుసలో కూర్చుని భోజనం చేస్తున్నారు. ఆడవాళ్ల వరుసలో కూర్చున్న లక్ష్మి, బుజ్జిగాడిని ఒళ్ళో కూర్చోబెట్టుకుని, కూరతో అన్నం కలిపి వాడికి తినిపించబోయి ఆగింది. అందరివీ భోజనాలయ్యాయి. వంట చాలా బావుందంటూ మెచ్చుకుంటున్నారు రంగయ్యని. కొంతమంది ఆడవాళ్లు ఇంకాస్త ముందుకెళ్ళి కూర చేసే విధానాన్ని కనుక్కుంటున్నారు. లక్ష్మి, బుజ్జిని తీసుకుని ఇంటికి వచ్చింది. అందరూ వెళ్ళిపోయాక తానూ వడ్డించుకుని తిన్నాడు రంగయ్య.

రాజన్న

ఈ రాత్రి వేళ అడవి గుండా వెళ్ళడమెందుకు, మా ఊళ్ళోనే పడుకొని, పొద్దున్నే వెళ్ళు.

రంగయ్య

సరే

అంటాడు.

41. EXT. FRONTYARD OF THE HOUSE OF RAJANNA NIGHT

రంగయ్య తనకి ఏర్పాటు చేసిన మంచంలో పడుకున్నాడు.

42.EXT VERANDAH- RAMANA's HOUSE NIGHT

ఆరుబయట పడుకున్న రమణ చుక్కల వైపు చూస్తున్నాడు. కానీ అవేమీ కనిపించడం లేదు తనకి. తన చేతితో పొట్టని తడుముతూ మెల్లగా దాన్ని తన బలమైన ఛాతి మాంసం మీదకు తీసుకెళ్తూ ఆలోచిస్తుంటాడు.

Montages:

43. EXT FOREST DAY

రమణ రామయ్య వాళ్ళ మేకని పట్టుకొని దాని బలమైన పొట్టనీ, ఛాతినీ తడమడం. ఇంతలో రామయ్య మేకని వెతుక్కుంటూ అక్కడికి వస్తాడు. రమణ ఆ మేక మీద ముందే "కన్నేశాడు".

44.INT VILLAGE COMMON AREA NIGHT

రమణ భోజనం చేస్తుండగా వెనక నుండి డాలీ షాట్. భోజనం చేస్తున్న అతని కళ్ళు.

45.EXT RAMANA's HOUSE NIGHT

Match Cut :

రమణ కళ్ళల్లో, పెదాల మీద సాధించానన్న ఆనందం.

Inner self of Ramana :

ఉదయం నుండి తను వేసుకున్న పథకం ప్రకారమే అంతా యథావిధిగా జరిగినందుకు, మనసులో తనని తానే మెచ్చుకున్నాడు. చాలా రోజులుగా వేట దొరక్క మాంసం కోసం ఎదురుచూస్తున్న తనకి తెల్లవారుజామున ఎప్పటి నుండో ఎదురు చూస్తున్న అవకాశం ఆ మేక రూపంలో వచ్చింది. కానీ అమ్మోరి పేరు వాడుకున్నందుకు తనకేమైనా జరుగుతుందేమోనన్న ఆలోచన వచ్చినా, మధ్యాహ్నం రంగయ్య కోసమని తీసిన మాంసం కాకుండా వేరేగా దాచిపెట్టిన మాంసం గుర్తు రాగానే పెదాలు, కళ్ళు విచ్చుకున్నాయి.

46. EXT. ANJI'S HOUSE NIGHT

రంగయ్యని తీసుకురావడానికి పగలంతా నడవడం వల్ల, దుప్పటి కప్పుకోగానే నిద్ర పట్టేసింది అలసిపోయిన అంజికి.

47.EXT.BACKYARD OF RAJANNA'S HOUSE NIGHT

తలుపుకి గడియ వేసి, నీళ్ళ చెంబు మంచం కింద పెట్టి పడుకుంది రాజన్న భార్య.

రాజన్న

"ఈ సారి పండగ బాగా జరిగింది కదా"

రాజన్న భార్య

"అంతా ఆ అమ్మ దయ. లేకపోతే ఎప్పుడూ లేనిది ఒక లారీ ఈ రోడ్డులోకే రావడమేమిటీ, మన ఊరి దగ్గరే పడిపోవడమేమిటి, జంతుబలి కోరడమేమిటి? కానీ ప్రతి యేడు పండగ ఇలానే చేస్తారా?"

రాజన్న

"చేయాలి, లేకపోతే ఆ అమ్మ ఊరుకుంటుందా?! మళ్ళీ పండగ సమయానికి పోతుని సిద్ధం చేసే బాధ్యత ఊరందరిది."

రాజన్న భార్య

"అంతా బాగానే ఉంది కాని, ఆ డ్రైవర్ శవం

అక్కడే వదిలేసాం కదా! అతన్నెతుక్కుంటూ ఎవరైనా వస్తే?"

రాజన్న

"రేపు తెల్లవారుజామున్నే మేమంతా ఆ శవాన్ని తీసుకొచ్చి పూడ్చిపేస్తాం, ఆ లారీ పడిపోయిన దగ్గర ఆనవాళ్లేం లేకుండా చేస్తాం. ఇంక అతన్నెతుక్కుంటూ ఎవరొచ్చినా మనల్నేమంటారు!"

రాజన్న భార్య

"రంగయ్య మాత్రం మంచి పనిమంతుడండి. కూర బ్రహ్మాండంగా చేసాడు."

రాజన్న

"అవును. ఆ కూరెలా చేయాలో కూడా తెలుసుకున్నట్టున్నావు. రేపటి నుండి ఆ నూనెతోనే కూరలు చేసేటట్టున్నావుగా!"

రాజన్న భార్య

"చేస్తాను, అది మీరనుకుంటున్నంత కష్టం కాదులెండి."

రాజన్న

"సరే.ఇంక పడుకోనివ్వు, నిద్రొస్తుంది."

అని ఆవులించాడు రాజన్న.

48. EXT.OUTSIDE THE HOUSE OF LAXMI NIGHT

పక్కన భర్త రామయ్య,బుజ్జిగాడు నిద్రపోతుండగా, తను మాత్రం ఆకాశంలోకి చూస్తూ ఆలోచిస్తోంది లక్ష్మి.

మధ్యాహ్నం భోజనం తినబోయినందుకు తన మీద తనకే కోపం వచ్చి, చేయి కడుక్కొని తినకుండా బుజ్జిని తీసుకుని వచ్చేస్తుంది.

ఆలోచనల ప్రవాహంలో కొట్టుకుపోతున్న లక్ష్మి తెలియకుండానే నిద్రలోకి జారుకుంది.

49. EXT. OUTSIDE LAKSHMI'S HOUSE/OTHER HOUSES MORNING

తెల్లారింది, అప్పుడే సూర్యుడు కూడా పలకరిస్తున్నాడు. తన బద్ధకాన్ని తిట్టుకుని కళ్ళు

తుడుచుకుని చూస్తే, రామయ్య వాంతి చేస్కుంటాడు. ఎదురింటి వాళ్ళు, పక్కింటి వాళ్ళు అందరూ, ఊరందరికీ వాంతులు, విరేచనాలు, లక్ష్మి, బుజ్జి లకు తప్ప.

50. EXT/INT. VILLAGE STREETS MORNING

అందరూ పడుతూ లేస్తూ ఆయుర్వేదం వైద్యం చేసే వీరాస్వామి తాత ఇంటికి వెళ్ళారు.

51. EXT/INT. VEERANNA'S HOUSE MORNING

అప్పటికే విషయాన్ని గ్రహించిన తాత పెరట్లో పెంచే మూలికలు తీసుకొచ్చి ఔషధం తయారుచేస్తున్నాడు. దాన్ని అందరికీ ఇచ్చి తాగమని ఇంటికి పంపించాడు.

52. EXT/INT. VILLAGE, HOUSES DAY

సూర్యాస్తమయం. సాయంత్రానికి కొంత నయమనిపించినా, పరిస్థితి పూర్తిగా మాత్రం అదుపులోకి రాలేదు. అందరూ ఎక్కడి వాళ్ళు అక్కడ పడిపోయారు. ఎవరికీ లేచే ఓపిక లేదు.

53. EXT/INT. VILLAGE, RAMANA'S HOUSE MORNING

మరుసటి రోజు ఉదయాన్నే ఎవరిదో ఏడుపు విని, బయటికొచ్చరందరూ. రమణ భార్య ఏడుస్తుండడం చూసి, వాళ్ళ ఇంటి బయట గుమికూడారు అందరూ. మంచంలో విగత జీవుడిగా పడి ఉన్నాడు రమణ. గుండెల్లో బాధ పొంగుకొస్తున్నా ఏడ్చే శక్తి లేదెవరికీ. ఏడుస్తున్న రమణ భార్య ఎక్కడ సొమ్మసిల్లుతుందోనని పక్కకి తీసుకెళ్లారు ఆడవాళ్ళంతా కలిసి. ఆయాసపడుతూ అక్కడికి వచ్చిన రాజన్న, వంట చేయడానికి వచ్చిన రంగయ్య కూడా చనిపోయాడని చెప్పాడు.

54.EXT. VILLAGE CREMATORIUM DAY/NIGHT

వాళ్ళిద్దరికీ అంత్యక్రియలు చేసి, పొలిమేర దగ్గరున్న స్మశానంలోనే పూడ్చిపెట్టారు. ఊళ్ళోవాళ్ళంతా కలిసి ఆ నూనె లారీని స్మశానానికి తోసుకొచ్చి, డ్రైవర్ శవాన్ని కూడా అందులోనే వేసి కాల్చేసారు.

55. EXT/INT. RAMANA'S HOUSE, LaXmI'S HOuSE DAY/NIgHt

రమణ పోయాక, అతని భార్య మనిషిలా లేదు. ఎవరితోనూ సరిగా మాట్లాడదు.ఏమీ తినదు. ఏ పనీ

చేసేది కాదు. ఎప్పుడూ చూసినా, గుడిసె బయట కూర్చుని నేల చూపులు చూస్తుండేది. తనని అలా చూడలేకపోయినా లక్ష్మి అప్పుడప్పుడూ ఆ ఇంటికెళ్లేది. రమణ వాళ్ళ ఇల్లు ఊడవడం, సాయంత్రమయ్యాక దీపం పెట్టడం, రమణ భార్యకు అన్నం వడ్డించడం లాంటి వాటితో తన దినచర్య మారిపోయింది.

56. INT/EXT. RAMANA's HOUsE, VILLAGE EVENING/NIGHT

రెండ్రోజుల తర్వాత ఇల్లు శుభ్రం చేయడానికి రమణ వాళ్ళింటికి వెళ్ళిన లక్ష్మి, ఇంట్లో నుండి వస్తున్న దుర్వాసన భరించలేక ముక్కు చేతులతో అడ్డుపెట్టుకుంది. వాసనొస్తున్న గాదె వైపు వెళ్ళి, దాని వెనకున్న కావడి కుండ బయటికి తీసింది. వాసన ఎక్కువవ్వడంతో ఒక చేత్తో ముక్కు అడ్డుపెట్టుకుని కుండ పైనున్న ఆకు తెరచి చూసింది. అందులో ఉన్న మాంసాన్ని చూడగానే, వడిగా నడుచుకుంటూ కొండ వైపు వెళ్ళింది. వేగంగా పరుగు లాంటి నడకతో ఊరికి దూరంగా చెట్ల వైపు వచ్చింది. సూర్యుడు ఆ వైపు అప్పుడే అస్తమించి, ఆకాశమంతా ఎర్రగా ఉంది. రెండు చేతులతో బలంగా దాన్ని, రాత్రి పూట తోడేళ్ళు తిరిగే ప్రదేశంలో విసిరేసి వెనక్కొచ్చింది.

57. EXT. VILLAGE DAY

ముసలామె

మన బతుకుల్లోకి ఆ నూనె వచ్చాకే ఇలా జరిగింది. రమణ చనిపోవడం, మన ఊరంతా ఇలా అయిపోవడం జరిగింది.

లక్ష్మి

మన బతుకుల్లోకి వచ్చింది నూనె కాదు మనది కాని దాని గురించి ఆశ పడే ఆలోచన.

58. INT MP'S HOME DAY

యమ్.పి దిగాలుగా సోఫాలో కూర్చుని ఉంటాడు. అతని పక్కన తన సలహాదారు కూడా కూర్చుని ఉంటాడు.

ఇంతలో అక్కడికి తన 'కార్య' కర్తలు అక్కడికి వస్తారు.

యమ్.పి

ఏరా వాడి గురించి ఏమైనా తెలిసిందా?

అసిస్టెంట్

లేదయ్యా! మొత్తం వెతికాం. అయినా ఏమీ తెలియలేదు.

యమ్.పి

వాడు ఏమైనా దేవుడా మాయమవ్వడానికి! మొత్తం వెతికారంట, మొత్తం! వెళ్ళండి! వాడి గురించి ఏదో ఒకటి తెలిస్తేనే మళ్ళీ నాకు కనపడండి!

వాళ్ళు వెళ్ళిపోతారు.

యమ్.పి

తప్పు చేశాను అన్న! ఒక్కడినే పంపించొద్దు అని నువ్వు చెప్తున్నా వినకుండా, ఇన్నేళ్ళ నుంచి నమ్మకంగా ఉన్నాడు కదా, వాడు మోసం చేయడులే అనుకున్నా.

59. INT RANGAIAH'S HUT NIGHT (Continuation to previous scene)

డ్రైవర్, రంగయ్య ఇంట్లో ఉన్నప్పుడు రేడియోలో రేషన్ లో బియ్యం, చక్కెర, కందిపప్పు, కిరోసిన్ తో పాటు నూనె ని కూడా పంపిణీ చేస్తున్నట్టు న్యూస్.

ప్రజలకిచ్చే రేషన్ లో బియ్యం, పంచదార లాంటి వాటితో పాటు ఈ ఏడాది నుండి వంటనూనె కూడా ఇవ్వాలని ప్రభుత్వం తలచింది.

(ఆ న్యూస్ మధ్య లో ఉండగా రంగయ్య, డ్రైవర్ ఇద్దరూ చేతులు కడుక్కోవడానికి వెళ్తారు. ఇంతకుముందు బ్రేక్ అయిన రేడియో న్యూస్ ఇప్పుడు పూర్తిగా వస్తుంది)

60. INT MP'S HOME DAY

సలహాదారు

అయిపోయిన దాని గురించి వదిలెయ్.

యమ్.పి

ఎలా మర్చిపోమంటావు అన్నా! ఆయిల్ ట్యాంకర్ తో ఏజెన్సీ లో ఉండే జనాలకి రేషన్ ఇవ్వకుండా, గవర్నమెంట్ నుండి వచ్చిన ఆ నూనెని పక్క రాష్ట్రంలో ఉన్న మన రిఫైన్డ్ ఆయిల్ కంపెనీకి తరలించాలనుకున్నా. ఎవరికీ పట్టుబడకూడదని హైవేలో వెళ్ళకుండా, ఈ అడవి గుండా ఉన్న రోడ్డులో వాడికిచ్చి పంపిస్తే వాడు దాన్ని తీసుకుని ఉడాయించాడు.

Pause

యమ్.పి (Contd.)

వంట నూనె అనేసరికి బ్లాక్ లో ఎక్కడైనా అమ్ముకోవచ్చని పారిపోయుంటాడు. అది పూర్తిగా రిఫైన్డ్ కూడా చేయలేదు. దాంతో వంట చేస్తే విరేచనాలు వచ్చి చస్తారు.

సలహాదారు

అప్పుడంటే చేసావు కానీ పొరపాటున ఇప్పుడా రేషన్ గురించి ఆశపడడం కూడా మానెయ్. గవర్నమెంట్ రేషన్ పంపిణీ విషయంలో చాలా స్ట్రిక్ట్ గా ఉంది. అందరికీ అన్నీ అందుతున్నాయో లేదో చూడడానికి ఒక కమిటీని కూడా నియమించింది. ఇప్పుడు దాని కన్నా ముఖ్యమైన విషయం ఎలక్షన్స్. నీకు తెలుసు, ప్రతిసారి మన నియోజకవర్గంలో గెలిచిన వాడికి, ఓడిన వాడికి మధ్య పది,ఇరవై ఓట్ల కంటే ఎక్కువ తేడా ఉండదు. పోయినసారి ఎలాగోలా గట్టెక్కాం. ప్రతిసారి అలా జరగదు కదా. ఈ మధ్యే ఒక ఊరు గురించి తెలిసింది. కొంచెం అడవులలో ఉంటుంది. ఆ ఊరిలో ఎంతలేదన్నా పాతిక ఓట్లు దాకా ఉంటాయి. మనం ఒకసారి ఆ ఊరు వెళ్లి వాళ్ళందరితో ఓటు హక్కు నమోదు చేస్తే మన పని అయిపోయినట్టే.

యమ్.పి సరేనంటూ తల ఊపుతాడు.

61. EXT VILLAGE DAY

యమ్.పి, సలహాదారు తన అనుచరులతో రేషన్ సరుకులతో ఆ ఊరికి వెళ్లగా అందరూ దండం పెట్టి తలుపులు వేసుకుంటారు. యమ్.పి చేతిలో ఉన్న ఆయిల్ ప్యాకెట్ మీద తను దండం పెడుతున్న ఫోటోతో పాటు తన పార్టీ, ట్రక్కు గుర్తుకే మన ఓటు అని ఉంటుంది.

యమ్.పి

మేము మిమ్మల్ని ఏమి చేయం. ఇదుగో ఈ నూనె, రేషన్ సరుకులు ఇవన్నీ గవర్నమెంట్ మీకు ఇచ్చింది. ఇవన్నీ మీవే. రండి! తీసుకోండి!

ఎంత ఎదురు చూసినా ఎవరూ బయటికి రాకపోవడంతో వాళ్లంతా వెనుదిరుగుతారు.

62. EXT/INT. VILLAGE MONTAGE DAY

VOICE OVER

ఆ సంఘటనకు ముందువరకు పొలిమేర దాటడానికి అంజి భయపడేవాడు, తను తప్పులు చేసాడు కాబట్టి. ఆ పొలిమేరలో బయటకు కనిపించే భయం దెయ్యాల

గురించే అయినా, లోపల తనను వెంటాడేది మాత్రం ఆ ఊరి వాళ్ళందరి అవసరాన్ని వాడుకునే తన అత్యాశ పర్యవసనాలు. కానీ ఆ సంఘటన తర్వాత పొలిమేర దాటాల్సొచ్చిన ప్రతిసారీ, అంజితో పాటు ఆ ఊరి వాళ్ళందరూ భయపడేవారు. లక్ష్మి, బుజ్జి మళ్ళీ ఎప్పుడూ మాంసం తినలేదు.

ఊళ్లోకి ఎవరూ రాకుండా చెట్లు అడ్డంగా పడేసి ఎలా అయితే సరిహద్దులు కట్టుకున్నారో, ఇంకొకళ్ళకి సంబంధించిన వాటి గురించిన ఆలోచనలు రాకుండా వాళ్ళ మనసులకి కూడా సరిహద్దులు పెట్టుకున్నారు.

యాక్సిడెంట్ అయిన దగ్గర అది గవర్నమెంట్ ఆయిల్ ట్యాంకర్ ఆయిల్ ట్యాంకర్ మీదుండే గవర్నమెంట్ హోలోగ్రామ్.

63. EXT SMALL TOWN DAY

యమ్.పి కార్యకర్తలు ఆ డ్రైవర్ కోసం వెతుకుతూ ఉంటారు.

64. EXT. FOREST DAY

రంగయ్య ఇంటి పెరట్లో కట్టేసిన కుక్క చీకటి పడేంత వరకు అరుస్తుంటుంది. తన మెడకి కట్టేసిన తాడుని విడిపించుకొని వెతుకుతూ పరిగెడుతుంటుంది.

www.ingramcontent.com/pod-product-compliance
Lightning Source LLC
LaVergne TN
LVHW090056230825
819400LV00032B/765
* 9 7 8 9 3 5 7 3 3 4 0 5 1 *